Photo

Name ______________________

Birthday ______________________

Breed Registration ______________________

Cat Tag Registration ______________________

Gender ______________________

Color ______________________

Weight ______________________

Height ______________________

Blood Type ______________________

Allergies/Illnesses ______________________

Special Marking ______________________

Medications ______________________

____

Comments ______________________

____

Vet Visit Log

Date ____________________

Vet Name ____________________

E-mail ____________________

Phone ____________________

Reason for Visit ____________________

____

Vet Details ____________________

____

Diagnosis ____________________

____

Vaccinations ____________________

____

Medications ____________________

____

____

Treatment ____________________

____

____

Comments ____________________

____

____

Vet Visit Log

Date ______________________________

Vet Name ______________________________

E-mail ______________________________

Phone ______________________________

Reason for Visit ______________________________

____

Vet Details ______________________________

____

Diagnosis ______________________________

____

Vaccinations ______________________________

____

Medications ______________________________

____

____

Treatment ______________________________

____

____

Comments ______________________________

____

____

Vet Visit Log

Date ______________________________

Vet Name ______________________________

E-mail ______________________________

Phone ______________________________

Reason for Visit ______________________________

____

Vet Details ______________________________

____

Diagnosis ______________________________

____

Vaccinations ______________________________

____

Medications ______________________________

____

____

Treatment ______________________________

____

____

Comments ______________________________

____

____

Vet Visit Log

Date ______________________________

Vet Name ______________________________

E-mail ______________________________

Phone ______________________________

Reason for Visit ______________________________

____

Vet Details ______________________________

____

Diagnosis ______________________________

____

Vaccinations ______________________________

____

Medications ______________________________

____

____

Treatment ______________________________

____

____

Comments ______________________________

____

____

Vet Visit Log

Date ________________________________

Vet Name ________________________________

E-mail ________________________________

Phone ________________________________

Reason for Visit ________________________________

____

Vet Details ________________________________

____

Diagnosis ________________________________

____

Vaccinations ________________________________

____

Medications ________________________________

____

____

Treatment ________________________________

____

____

Comments ________________________________

____

____

Vet Visit Log

Date ______________________________

Vet Name ______________________________

E-mail ______________________________

Phone ______________________________

Reason for Visit ______________________________

____

Vet Details ______________________________

____

Diagnosis ______________________________

____

Vaccinations ______________________________

____

Medications ______________________________

____

____

Treatment ______________________________

____

____

Comments ______________________________

____

____

Vet Visit Log

Date ______________________________

Vet Name ______________________________

E-mail ______________________________

Phone ______________________________

Reason for Visit ______________________________

____

Vet Details ______________________________

____

Diagnosis ______________________________

____

Vaccinations ______________________________

____

Medications ______________________________

____

____

Treatment ______________________________

____

____

Comments ______________________________

____

____

Vet Visit Log

Date ______________________________

Vet Name ______________________________

E-mail ______________________________

Phone ______________________________

Reason for Visit ______________________________

____

Vet Details ______________________________

____

Diagnosis ______________________________

____

Vaccinations ______________________________

____

Medications ______________________________

____

____

Treatment ______________________________

____

____

Comments ______________________________

____

____

Vet Visit Log

Date ______________________________

Vet Name ______________________________

E-mail ______________________________

Phone ______________________________

Reason for Visit ______________________________

____

Vet Details ______________________________

____

Diagnosis ______________________________

____

Vaccinations ______________________________

____

Medications ______________________________

____

____

Treatment ______________________________

____

____

Comments ______________________________

____

____

Vet Visit Log

Date ______________________________

Vet Name ______________________________

E-mail ______________________________

Phone ______________________________

Reason for Visit ______________________________

____

Vet Details ______________________________

____

Diagnosis ______________________________

____

Vaccinations ______________________________

____

Medications ______________________________

____

____

Treatment ______________________________

____

____

Comments ______________________________

____

____

Vet Visit Log

Date ______________________________

Vet Name ______________________________

E-mail ______________________________

Phone ______________________________

Reason for Visit ______________________________

____

Vet Details ______________________________

____

Diagnosis ______________________________

____

Vaccinations ______________________________

____

Medications ______________________________

____

____

Treatment ______________________________

____

____

Comments ______________________________

____

____

Vet Visit Log

Date ______________________________

Vet Name ______________________________

E-mail ______________________________

Phone ______________________________

Reason for Visit ______________________________

____

Vet Details ______________________________

____

Diagnosis ______________________________

____

Vaccinations ______________________________

____

Medications ______________________________

____

____

Treatment ______________________________

____

____

Comments ______________________________

____

____

Vet Visit Log

Date ______________________________

Vet Name ______________________________

E-mail ______________________________

Phone ______________________________

Reason for Visit ______________________________

____

Vet Details ______________________________

____

Diagnosis ______________________________

____

Vaccinations ______________________________

____

Medications ______________________________

____

____

Treatment ______________________________

____

____

Comments ______________________________

____

____

Vet Visit Log

Date ____________________

Vet Name ____________________

E-mail ____________________

Phone ____________________

Reason for Visit ____________________

____

Vet Details ____________________

____

Diagnosis ____________________

____

Vaccinations ____________________

____

Medications ____________________

____

____

Treatment ____________________

____

____

Comments ____________________

____

____

Vet Visit Log

Date ______________________________

Vet Name ______________________________

E-mail ______________________________

Phone ______________________________

Reason for Visit ______________________________

____

Vet Details ______________________________

____

Diagnosis ______________________________

____

Vaccinations ______________________________

____

Medications ______________________________

____

____

Treatment ______________________________

____

____

Comments ______________________________

____

____

Vet Visit Log

Date ______________________________

Vet Name ______________________________

E-mail ______________________________

Phone ______________________________

Reason for Visit ______________________________

____

Vet Details ______________________________

____

Diagnosis ______________________________

____

Vaccinations ______________________________

____

Medications ______________________________

____

____

Treatment ______________________________

____

____

Comments ______________________________

____

____

Vet Visit Log

Date ______________________________

Vet Name ______________________________

E-mail ______________________________

Phone ______________________________

Reason for Visit ______________________________

____

Vet Details ______________________________

____

Diagnosis ______________________________

____

Vaccinations ______________________________

____

Medications ______________________________

____

____

Treatment ______________________________

____

____

Comments ______________________________

____

____

Vet Visit Log

Date ____________________

Vet Name ____________________

E-mail ____________________

Phone ____________________

Reason for Visit ____________________

Vet Details ____________________

Diagnosis ____________________

Vaccinations ____________________

Medications ____________________

Treatment ____________________

Comments ____________________

Vet Visit Log

Date ____

Vet Name ____

E-mail ____

Phone ____

Reason for Visit ____

Vet Details ____

Diagnosis ____

Vaccinations ____

Medications ____

Treatment ____

Comments ____

Vet Visit Log

Date ______________________________

Vet Name ______________________________

E-mail ______________________________

Phone ______________________________

Reason for Visit ______________________________

____

Vet Details ______________________________

____

Diagnosis ______________________________

____

Vaccinations ______________________________

____

Medications ______________________________

____

____

Treatment ______________________________

____

____

Comments ______________________________

____

____

Vet Visit Log

Date ____________________

Vet Name ____________________

E-mail ____________________

Phone ____________________

Reason for Visit ____________________

Vet Details ____________________

Diagnosis ____________________

Vaccinations ____________________

Medications ____________________

Treatment ____________________

Comments ____________________

Vet Visit Log

Date ____________________

Vet Name ____________________

E-mail ____________________

Phone ____________________

Reason for Visit ____________________

Vet Details ____________________

Diagnosis ____________________

Vaccinations ____________________

Medications ____________________

Treatment ____________________

Comments ____________________

Vet Visit Log

Date ______________________

Vet Name ______________________

E-mail ______________________

Phone ______________________

Reason for Visit ______________________

____

Vet Details ______________________

____

Diagnosis ______________________

____

Vaccinations ______________________

____

Medications ______________________

____

____

Treatment ______________________

____

____

Comments ______________________

____

____

Vet Visit Log

Date ______________________________

Vet Name ______________________________

E-mail ______________________________

Phone ______________________________

Reason for Visit ______________________________

____

Vet Details ______________________________

____

Diagnosis ______________________________

____

Vaccinations ______________________________

____

Medications ______________________________

____

____

Treatment ______________________________

____

____

Comments ______________________________

____

____

Vet Visit Log

Date ______________________________

Vet Name ______________________________

E-mail ______________________________

Phone ______________________________

Reason for Visit ______________________________

____

Vet Details ______________________________

____

Diagnosis ______________________________

____

Vaccinations ______________________________

____

Medications ______________________________

____

____

Treatment ______________________________

____

____

Comments ______________________________

____

____

Vet Visit Log

Date ____________________

Vet Name ____________________

E-mail ____________________

Phone ____________________

Reason for Visit ____________________

Vet Details ____________________

Diagnosis ____________________

Vaccinations ____________________

Medications ____________________

Treatment ____________________

Comments ____________________

Vet Visit Log

Date ______________________________

Vet Name ______________________________

E-mail ______________________________

Phone ______________________________

Reason for Visit ______________________________

Vet Details ______________________________

Diagnosis ______________________________

Vaccinations ______________________________

Medications ______________________________

Treatment ______________________________

Comments ______________________________

Vet Visit Log

Date ____________________

Vet Name ____________________

E-mail ____________________

Phone ____________________

Reason for Visit ____________________

____

Vet Details ____________________

____

Diagnosis ____________________

____

Vaccinations ____________________

____

Medications ____________________

____

____

Treatment ____________________

____

____

Comments ____________________

____

____

Vet Visit Log

Date ______________________________

Vet Name ______________________________

E-mail ______________________________

Phone ______________________________

Reason for Visit ______________________________

____

Vet Details ______________________________

____

Diagnosis ______________________________

____

Vaccinations ______________________________

____

Medications ______________________________

____

____

Treatment ______________________________

____

____

Comments ______________________________

____

____

Vet Visit Log

Date ______________________________

Vet Name ______________________________

E-mail ______________________________

Phone ______________________________

Reason for Visit ______________________________

Vet Details ______________________________

Diagnosis ______________________________

Vaccinations ______________________________

Medications ______________________________

Treatment ______________________________

Comments ______________________________

Vet Visit Log

Date ______________________________

Vet Name ______________________________

E-mail ______________________________

Phone ______________________________

Reason for Visit ______________________________

____

Vet Details ______________________________

____

Diagnosis ______________________________

____

Vaccinations ______________________________

____

Medications ______________________________

____

____

Treatment ______________________________

____

____

Comments ______________________________

____

____

Vet Visit Log

Date ______________________

Vet Name ______________________

E-mail ______________________

Phone ______________________

Reason for Visit ______________________

____

Vet Details ______________________

____

Diagnosis ______________________

____

Vaccinations ______________________

____

Medications ______________________

____

____

Treatment ______________________

____

____

Comments ______________________

____

____

Vet Visit Log

Date ____________________

Vet Name ____________________

E-mail ____________________

Phone ____________________

Reason for Visit ____________________

____

Vet Details ____________________

____

Diagnosis ____________________

____

Vaccinations ____________________

____

Medications ____________________

____

____

Treatment ____________________

____

____

Comments ____________________

____

____

Vet Visit Log

Date ______________________________

Vet Name ______________________________

E-mail ______________________________

Phone ______________________________

Reason for Visit ______________________________

Vet Details ______________________________

Diagnosis ______________________________

Vaccinations ______________________________

Medications ______________________________

Treatment ______________________________

Comments ______________________________

Vet Visit Log

Date ______________________________

Vet Name ______________________________

E-mail ______________________________

Phone ______________________________

Reason for Visit ______________________________

____

Vet Details ______________________________

____

Diagnosis ______________________________

____

Vaccinations ______________________________

____

Medications ______________________________

____

____

Treatment ______________________________

____

____

Comments ______________________________

____

____

Vet Visit Log

Date ____________________

Vet Name ____________________

E-mail ____________________

Phone ____________________

Reason for Visit ____________________

____

Vet Details ____________________

____

Diagnosis ____________________

____

Vaccinations ____________________

____

Medications ____________________

____

____

Treatment ____________________

____

____

Comments ____________________

____

____

Vet Visit Log

Date ______________________________

Vet Name ______________________________

E-mail ______________________________

Phone ______________________________

Reason for Visit ______________________________

____

Vet Details ______________________________

____

Diagnosis ______________________________

____

Vaccinations ______________________________

____

Medications ______________________________

____

____

Treatment ______________________________

____

____

Comments ______________________________

____

____

Vet Visit Log

Date ______________________________

Vet Name ______________________________

E-mail ______________________________

Phone ______________________________

Reason for Visit ______________________________

Vet Details ______________________________

Diagnosis ______________________________

Vaccinations ______________________________

Medications ______________________________

Treatment ______________________________

Comments ______________________________

Vet Visit Log

Date ______________________________

Vet Name ______________________________

E-mail ______________________________

Phone ______________________________

Reason for Visit ______________________________

____

Vet Details ______________________________

____

Diagnosis ______________________________

____

Vaccinations ______________________________

____

Medications ______________________________

____

____

Treatment ______________________________

____

____

Comments ______________________________

____

____

Vet Visit Log

Date ______________________________

Vet Name ______________________________

E-mail ______________________________

Phone ______________________________

Reason for Visit ______________________________

____

Vet Details ______________________________

____

Diagnosis ______________________________

____

Vaccinations ______________________________

____

Medications ______________________________

____

____

Treatment ______________________________

____

____

Comments ______________________________

____

____

Vet Visit Log

Date ____________________

Vet Name ____________________

E-mail ____________________

Phone ____________________

Reason for Visit ____________________

____

Vet Details ____________________

____

Diagnosis ____________________

____

Vaccinations ____________________

____

Medications ____________________

____

____

Treatment ____________________

____

____

Comments ____________________

____

____

Vet Visit Log

Date ______________________

Vet Name ______________________

E-mail ______________________

Phone ______________________

Reason for Visit ______________________

____

Vet Details ______________________

____

Diagnosis ______________________

____

Vaccinations ______________________

____

Medications ______________________

____

____

Treatment ______________________

____

____

Comments ______________________

____

____

Vet Visit Log

Date ______________________________

Vet Name ______________________________

E-mail ______________________________

Phone ______________________________

Reason for Visit ______________________________

____

Vet Details ______________________________

____

Diagnosis ______________________________

____

Vaccinations ______________________________

____

Medications ______________________________

____

____

Treatment ______________________________

____

____

Comments ______________________________

____

____

Vet Visit Log

Date ______________________

Vet Name ______________________

E-mail ______________________

Phone ______________________

Reason for Visit ______________________

____

Vet Details ______________________

____

Diagnosis ______________________

____

Vaccinations ______________________

____

Medications ______________________

____

____

Treatment ______________________

____

____

Comments ______________________

____

____

Vet Visit Log

Date ____________________

Vet Name ____________________

E-mail ____________________

Phone ____________________

Reason for Visit ____________________

____

Vet Details ____________________

____

Diagnosis ____________________

____

Vaccinations ____________________

____

Medications ____________________

____

____

Treatment ____________________

____

____

Comments ____________________

____

____

Vet Visit Log

Date ______________________________

Vet Name ______________________________

E-mail ______________________________

Phone ______________________________

Reason for Visit ______________________________

____

Vet Details ______________________________

____

Diagnosis ______________________________

____

Vaccinations ______________________________

____

Medications ______________________________

____

____

Treatment ______________________________

____

____

Comments ______________________________

____

____

Vet Visit Log

Date ______________________

Vet Name ______________________

E-mail ______________________

Phone ______________________

Reason for Visit ______________________

____

Vet Details ______________________

____

Diagnosis ______________________

____

Vaccinations ______________________

____

Medications ______________________

____

____

Treatment ______________________

____

____

Comments ______________________

____

____

Vet Visit Log

Date ______________________________

Vet Name ______________________________

E-mail ______________________________

Phone ______________________________

Reason for Visit ______________________________

____

Vet Details ______________________________

____

Diagnosis ______________________________

____

Vaccinations ______________________________

____

Medications ______________________________

____

____

Treatment ______________________________

____

____

Comments ______________________________

____

____

Vet Visit Log

Date ______________________

Vet Name ______________________

E-mail ______________________

Phone ______________________

Reason for Visit ______________________

____

Vet Details ______________________

____

Diagnosis ______________________

____

Vaccinations ______________________

____

Medications ______________________

____

____

Treatment ______________________

____

____

Comments ______________________

____

____

Vet Visit Log

Date ______________________________

Vet Name ______________________________

E-mail ______________________________

Phone ______________________________

Reason for Visit ______________________________

____

Vet Details ______________________________

____

Diagnosis ______________________________

____

Vaccinations ______________________________

____

Medications ______________________________

____

____

Treatment ______________________________

____

____

Comments ______________________________

____

____

Vet Visit Log

Date ______________________________

Vet Name ______________________________

E-mail ______________________________

Phone ______________________________

Reason for Visit ______________________________

____

Vet Details ______________________________

____

Diagnosis ______________________________

____

Vaccinations ______________________________

____

Medications ______________________________

____

____

Treatment ______________________________

____

____

Comments ______________________________

____

____

Vet Visit Log

Date ____________________

Vet Name ____________________

E-mail ____________________

Phone ____________________

Reason for Visit ____________________

____

Vet Details ____________________

____

Diagnosis ____________________

____

Vaccinations ____________________

____

Medications ____________________

____

____

Treatment ____________________

____

____

Comments ____________________

____

____

Vet Visit Log

Date ______________________________

Vet Name ______________________________

E-mail ______________________________

Phone ______________________________

Reason for Visit ______________________________

____

Vet Details ______________________________

____

Diagnosis ______________________________

____

Vaccinations ______________________________

____

Medications ______________________________

____

____

Treatment ______________________________

____

____

Comments ______________________________

____

____

Vet Visit Log

Date ______________________________

Vet Name ______________________________

E-mail ______________________________

Phone ______________________________

Reason for Visit ______________________________

____

Vet Details ______________________________

____

Diagnosis ______________________________

____

Vaccinations ______________________________

____

Medications ______________________________

____

____

Treatment ______________________________

____

____

Comments ______________________________

____

____

Vet Visit Log

Date ________________________

Vet Name ________________________

E-mail ________________________

Phone ________________________

Reason for Visit ________________________

____

Vet Details ________________________

____

Diagnosis ________________________

____

Vaccinations ________________________

____

Medications ________________________

____

____

Treatment ________________________

____

____

Comments ________________________

____

____

Vet Visit Log

Date ______________________________

Vet Name ______________________________

E-mail ______________________________

Phone ______________________________

Reason for Visit ______________________________

____

Vet Details ______________________________

____

Diagnosis ______________________________

____

Vaccinations ______________________________

____

Medications ______________________________

____

____

Treatment ______________________________

____

____

Comments ______________________________

____

____

Vet Visit Log

Date ______________________________

Vet Name ______________________________

E-mail ______________________________

Phone ______________________________

Reason for Visit ______________________________

____

Vet Details ______________________________

____

Diagnosis ______________________________

____

Vaccinations ______________________________

____

Medications ______________________________

____

____

Treatment ______________________________

____

____

Comments ______________________________

____

____

Vet Visit Log

Date ______________________________

Vet Name ______________________________

E-mail ______________________________

Phone ______________________________

Reason for Visit ______________________________

____

Vet Details ______________________________

____

Diagnosis ______________________________

____

Vaccinations ______________________________

____

Medications ______________________________

____

____

Treatment ______________________________

____

____

Comments ______________________________

____

____

Vet Visit Log

Date ______________________________

Vet Name ______________________________

E-mail ______________________________

Phone ______________________________

Reason for Visit ______________________________

____

Vet Details ______________________________

____

Diagnosis ______________________________

____

Vaccinations ______________________________

____

Medications ______________________________

____

____

Treatment ______________________________

____

____

Comments ______________________________

____

____

Vet Visit Log

Date ______________________________

Vet Name ______________________________

E-mail ______________________________

Phone ______________________________

Reason for Visit ______________________________

____

Vet Details ______________________________

____

Diagnosis ______________________________

____

Vaccinations ______________________________

____

Medications ______________________________

____

____

Treatment ______________________________

____

____

Comments ______________________________

____

____

Vet Visit Log

Date ______________________________

Vet Name ______________________________

E-mail ______________________________

Phone ______________________________

Reason for Visit ______________________________

____

Vet Details ______________________________

____

Diagnosis ______________________________

____

Vaccinations ______________________________

____

Medications ______________________________

____

____

Treatment ______________________________

____

____

Comments ______________________________

____

____

Vet Visit Log

Date ______________________________

Vet Name ______________________________

E-mail ______________________________

Phone ______________________________

Reason for Visit ______________________________

____

Vet Details ______________________________

____

Diagnosis ______________________________

____

Vaccinations ______________________________

____

Medications ______________________________

____

____

Treatment ______________________________

____

____

Comments ______________________________

____

____

Vet Visit Log

Date ______________________________

Vet Name ______________________________

E-mail ______________________________

Phone ______________________________

Reason for Visit ______________________________

____

Vet Details ______________________________

____

Diagnosis ______________________________

____

Vaccinations ______________________________

____

Medications ______________________________

____

____

Treatment ______________________________

____

____

Comments ______________________________

____

____

Vet Visit Log

Date ______________________________

Vet Name ______________________________

E-mail ______________________________

Phone ______________________________

Reason for Visit ______________________________

____

Vet Details ______________________________

____

Diagnosis ______________________________

____

Vaccinations ______________________________

____

Medications ______________________________

____

____

Treatment ______________________________

____

____

Comments ______________________________

____

____

Vet Visit Log

Date ______________________________

Vet Name ______________________________

E-mail ______________________________

Phone ______________________________

Reason for Visit ______________________________

____

Vet Details ______________________________

____

Diagnosis ______________________________

____

Vaccinations ______________________________

____

Medications ______________________________

____

____

Treatment ______________________________

____

____

Comments ______________________________

____

____

Vet Visit Log

Date ______________________________

Vet Name ______________________________

E-mail ______________________________

Phone ______________________________

Reason for Visit ______________________________

____

Vet Details ______________________________

____

Diagnosis ______________________________

____

Vaccinations ______________________________

____

Medications ______________________________

____

____

Treatment ______________________________

____

____

Comments ______________________________

____

____

Vet Visit Log

Date ______________________________

Vet Name ______________________________

E-mail ______________________________

Phone ______________________________

Reason for Visit ______________________________

____

Vet Details ______________________________

____

Diagnosis ______________________________

____

Vaccinations ______________________________

____

Medications ______________________________

____

____

Treatment ______________________________

____

____

Comments ______________________________

____

____

Vet Visit Log

Date ______________________________

Vet Name ______________________________

E-mail ______________________________

Phone ______________________________

Reason for Visit ______________________________

____

Vet Details ______________________________

____

Diagnosis ______________________________

____

Vaccinations ______________________________

____

Medications ______________________________

____

____

Treatment ______________________________

____

____

Comments ______________________________

____

____

Vet Visit Log

Date ________________________________

Vet Name ________________________________

E-mail ________________________________

Phone ________________________________

Reason for Visit ________________________________

____

Vet Details ________________________________

____

Diagnosis ________________________________

____

Vaccinations ________________________________

____

Medications ________________________________

____

____

Treatment ________________________________

____

____

Comments ________________________________

____

____

Vet Visit Log

Date ______________________________

Vet Name ______________________________

E-mail ______________________________

Phone ______________________________

Reason for Visit ______________________________

____

Vet Details ______________________________

____

Diagnosis ______________________________

____

Vaccinations ______________________________

____

Medications ______________________________

____

____

Treatment ______________________________

____

____

Comments ______________________________

____

____

Vet Visit Log

Date ________________________________

Vet Name ________________________________

E-mail ________________________________

Phone ________________________________

Reason for Visit ________________________________

____

Vet Details ________________________________

____

Diagnosis ________________________________

____

Vaccinations ________________________________

____

Medications ________________________________

____

____

Treatment ________________________________

____

____

Comments ________________________________

____

____

Vet Visit Log

Date ________________________________

Vet Name ________________________________

E-mail ________________________________

Phone ________________________________

Reason for Visit ________________________________

____

Vet Details ________________________________

____

Diagnosis ________________________________

____

Vaccinations ________________________________

____

Medications ________________________________

____

____

Treatment ________________________________

____

____

Comments ________________________________

____

____

Vet Visit Log

Date ____________________

Vet Name ____________________

E-mail ____________________

Phone ____________________

Reason for Visit ____________________

____

Vet Details ____________________

____

Diagnosis ____________________

____

Vaccinations ____________________

____

Medications ____________________

____

____

Treatment ____________________

____

____

Comments ____________________

____

____

Vet Visit Log

Date ______________________________

Vet Name ______________________________

E-mail ______________________________

Phone ______________________________

Reason for Visit ______________________________

____

Vet Details ______________________________

____

Diagnosis ______________________________

____

Vaccinations ______________________________

____

Medications ______________________________

____

____

Treatment ______________________________

____

____

Comments ______________________________

____

____

Vet Visit Log

Date ______________________________

Vet Name ______________________________

E-mail ______________________________

Phone ______________________________

Reason for Visit ______________________________

____

Vet Details ______________________________

____

Diagnosis ______________________________

____

Vaccinations ______________________________

____

Medications ______________________________

____

____

Treatment ______________________________

____

____

Comments ______________________________

____

____

Vet Visit Log

Date ____________________

Vet Name ____________________

E-mail ____________________

Phone ____________________

Reason for Visit ____________________

____

Vet Details ____________________

____

Diagnosis ____________________

____

Vaccinations ____________________

____

Medications ____________________

____

____

Treatment ____________________

____

____

Comments ____________________

____

____

Vet Visit Log

Date ______________________________

Vet Name ______________________________

E-mail ______________________________

Phone ______________________________

Reason for Visit ______________________________

____

Vet Details ______________________________

____

Diagnosis ______________________________

____

Vaccinations ______________________________

____

Medications ______________________________

____

____

Treatment ______________________________

____

____

Comments ______________________________

____

____

Vet Visit Log

Date ______________________________

Vet Name ______________________________

E-mail ______________________________

Phone ______________________________

Reason for Visit ______________________________

____

Vet Details ______________________________

____

Diagnosis ______________________________

____

Vaccinations ______________________________

____

Medications ______________________________

____

____

Treatment ______________________________

____

____

Comments ______________________________

____

____

Vet Visit Log

Date ________________________________

Vet Name ________________________________

E-mail ________________________________

Phone ________________________________

Reason for Visit ________________________________

____

Vet Details ________________________________

____

Diagnosis ________________________________

____

Vaccinations ________________________________

____

Medications ________________________________

____

____

Treatment ________________________________

____

____

Comments ________________________________

____

____

Vet Visit Log

Date ______________________________

Vet Name ______________________________

E-mail ______________________________

Phone ______________________________

Reason for Visit ______________________________

____

Vet Details ______________________________

____

Diagnosis ______________________________

____

Vaccinations ______________________________

____

Medications ______________________________

____

____

Treatment ______________________________

____

____

Comments ______________________________

____

____

Vet Visit Log

Date ______________________________

Vet Name ______________________________

E-mail ______________________________

Phone ______________________________

Reason for Visit ______________________________

____

Vet Details ______________________________

____

Diagnosis ______________________________

____

Vaccinations ______________________________

____

Medications ______________________________

____

____

Treatment ______________________________

____

____

Comments ______________________________

____

____

Vet Visit Log

Date ______________________________

Vet Name ______________________________

E-mail ______________________________

Phone ______________________________

Reason for Visit ______________________________

____

Vet Details ______________________________

____

Diagnosis ______________________________

____

Vaccinations ______________________________

____

Medications ______________________________

____

____

Treatment ______________________________

____

____

Comments ______________________________

____

____

Vet Visit Log

Date ______________________________

Vet Name ______________________________

E-mail ______________________________

Phone ______________________________

Reason for Visit ______________________________

____

Vet Details ______________________________

____

Diagnosis ______________________________

____

Vaccinations ______________________________

____

Medications ______________________________

____

____

Treatment ______________________________

____

____

Comments ______________________________

____

____

Vet Visit Log

Date ______________________________

Vet Name ______________________________

E-mail ______________________________

Phone ______________________________

Reason for Visit ______________________________

____

Vet Details ______________________________

____

Diagnosis ______________________________

____

Vaccinations ______________________________

____

Medications ______________________________

____

____

Treatment ______________________________

____

____

Comments ______________________________

____

____

Vet Visit Log

Date ______________________________

Vet Name ______________________________

E-mail ______________________________

Phone ______________________________

Reason for Visit ______________________________

____

Vet Details ______________________________

____

Diagnosis ______________________________

____

Vaccinations ______________________________

____

Medications ______________________________

____

____

Treatment ______________________________

____

____

Comments ______________________________

____

____

Vet Visit Log

Date ______________________________

Vet Name ______________________________

E-mail ______________________________

Phone ______________________________

Reason for Visit ______________________________

Vet Details ______________________________

Diagnosis ______________________________

Vaccinations ______________________________

Medications ______________________________

Treatment ______________________________

Comments ______________________________

Vet Visit Log

Date ______________________________

Vet Name ______________________________

E-mail ______________________________

Phone ______________________________

Reason for Visit ______________________________

____

Vet Details ______________________________

____

Diagnosis ______________________________

____

Vaccinations ______________________________

____

Medications ______________________________

____

____

Treatment ______________________________

____

____

Comments ______________________________

____

____

Vet Visit Log

Date ______________________________

Vet Name ______________________________

E-mail ______________________________

Phone ______________________________

Reason for Visit ______________________________

____

Vet Details ______________________________

____

Diagnosis ______________________________

____

Vaccinations ______________________________

____

Medications ______________________________

____

____

Treatment ______________________________

____

____

Comments ______________________________

____

____

Vet Visit Log

Date ______________________________

Vet Name ______________________________

E-mail ______________________________

Phone ______________________________

Reason for Visit ______________________________

____

Vet Details ______________________________

____

Diagnosis ______________________________

____

Vaccinations ______________________________

____

Medications ______________________________

____

____

Treatment ______________________________

____

____

Comments ______________________________

____

____

Vet Visit Log

Date ______________________________

Vet Name ______________________________

E-mail ______________________________

Phone ______________________________

Reason for Visit ______________________________

____

Vet Details ______________________________

____

Diagnosis ______________________________

____

Vaccinations ______________________________

____

Medications ______________________________

____

____

Treatment ______________________________

____

____

Comments ______________________________

____

____

Vet Visit Log

Date ______________________

Vet Name ______________________

E-mail ______________________

Phone ______________________

Reason for Visit ______________________

____

Vet Details ______________________

____

Diagnosis ______________________

____

Vaccinations ______________________

____

Medications ______________________

____

____

Treatment ______________________

____

____

Comments ______________________

____

____

Vet Visit Log

Date ______________________________

Vet Name ______________________________

E-mail ______________________________

Phone ______________________________

Reason for Visit ______________________________

____

Vet Details ______________________________

____

Diagnosis ______________________________

____

Vaccinations ______________________________

____

Medications ______________________________

____

____

Treatment ______________________________

____

____

Comments ______________________________

____

____

Vet Visit Log

Date ______________________________

Vet Name ______________________________

E-mail ______________________________

Phone ______________________________

Reason for Visit ______________________________

____

Vet Details ______________________________

____

Diagnosis ______________________________

____

Vaccinations ______________________________

____

Medications ______________________________

____

____

Treatment ______________________________

____

____

Comments ______________________________

____

____

Vet Visit Log

Date ______________________________

Vet Name ______________________________

E-mail ______________________________

Phone ______________________________

Reason for Visit ______________________________

____

Vet Details ______________________________

____

Diagnosis ______________________________

____

Vaccinations ______________________________

____

Medications ______________________________

____

____

Treatment ______________________________

____

____

Comments ______________________________

____

____

Vet Visit Log

Date ______________________________

Vet Name ______________________________

E-mail ______________________________

Phone ______________________________

Reason for Visit ______________________________

____

Vet Details ______________________________

____

Diagnosis ______________________________

____

Vaccinations ______________________________

____

Medications ______________________________

____

____

Treatment ______________________________

____

____

Comments ______________________________

____

____

Vet Visit Log

Date ______________________________

Vet Name ______________________________

E-mail ______________________________

Phone ______________________________

Reason for Visit ______________________________

____

Vet Details ______________________________

____

Diagnosis ______________________________

____

Vaccinations ______________________________

____

Medications ______________________________

____

____

Treatment ______________________________

____

____

Comments ______________________________

____

____

Vet Visit Log

Date ______________________

Vet Name ______________________

E-mail ______________________

Phone ______________________

Reason for Visit ______________________

____

Vet Details ______________________

____

Diagnosis ______________________

____

Vaccinations ______________________

____

Medications ______________________

____

____

Treatment ______________________

____

____

Comments ______________________

____

____

Vet Visit Log

Date ______________________________

Vet Name ______________________________

E-mail ______________________________

Phone ______________________________

Reason for Visit ______________________________

____

Vet Details ______________________________

____

Diagnosis ______________________________

____

Vaccinations ______________________________

____

Medications ______________________________

____

____

Treatment ______________________________

____

____

Comments ______________________________

____

____

Vet Visit Log

Date ____________________

Vet Name ____________________

E-mail ____________________

Phone ____________________

Reason for Visit ____________________

____

Vet Details ____________________

____

Diagnosis ____________________

____

Vaccinations ____________________

____

Medications ____________________

____

____

Treatment ____________________

____

____

Comments ____________________

____

____

Vet Visit Log

Date ______________________

Vet Name ______________________

E-mail ______________________

Phone ______________________

Reason for Visit ______________________

____

Vet Details ______________________

____

Diagnosis ______________________

____

Vaccinations ______________________

____

Medications ______________________

____

____

Treatment ______________________

____

____

Comments ______________________

____

____

Vet Visit Log

Date ______________________________

Vet Name ______________________________

E-mail ______________________________

Phone ______________________________

Reason for Visit ______________________________

____

Vet Details ______________________________

____

Diagnosis ______________________________

____

Vaccinations ______________________________

____

Medications ______________________________

____

____

Treatment ______________________________

____

____

Comments ______________________________

____

____

Vet Visit Log

Date ______________________________

Vet Name ______________________________

E-mail ______________________________

Phone ______________________________

Reason for Visit ______________________________

____

Vet Details ______________________________

____

Diagnosis ______________________________

____

Vaccinations ______________________________

____

Medications ______________________________

____

____

Treatment ______________________________

____

____

Comments ______________________________

____

____

Vet Visit Log

Date ______________________________

Vet Name ______________________________

E-mail ______________________________

Phone ______________________________

Reason for Visit ______________________________

____

Vet Details ______________________________

____

Diagnosis ______________________________

____

Vaccinations ______________________________

____

Medications ______________________________

____

____

Treatment ______________________________

____

____

Comments ______________________________

____

____

Vet Visit Log

Date ______________________________

Vet Name ______________________________

E-mail ______________________________

Phone ______________________________

Reason for Visit ______________________________

____

Vet Details ______________________________

____

Diagnosis ______________________________

____

Vaccinations ______________________________

____

Medications ______________________________

____

____

Treatment ______________________________

____

____

Comments ______________________________

____

____

Vet Visit Log

Date ____________________

Vet Name ____________________

E-mail ____________________

Phone ____________________

Reason for Visit ____________________

____

Vet Details ____________________

____

Diagnosis ____________________

____

Vaccinations ____________________

____

Medications ____________________

____

____

Treatment ____________________

____

____

Comments ____________________

____

____

Vet Visit Log

Date ______________________________

Vet Name ______________________________

E-mail ______________________________

Phone ______________________________

Reason for Visit ______________________________

____

Vet Details ______________________________

____

Diagnosis ______________________________

____

Vaccinations ______________________________

____

Medications ______________________________

____

____

Treatment ______________________________

____

____

Comments ______________________________

____

____

Vet Visit Log

Date ____________________

Vet Name ____________________

E-mail ____________________

Phone ____________________

Reason for Visit ____________________

Vet Details ____________________

Diagnosis ____________________

Vaccinations ____________________

Medications ____________________

Treatment ____________________

Comments ____________________

Vet Visit Log

Date ____________________

Vet Name ____________________

E-mail ____________________

Phone ____________________

Reason for Visit ____________________

____

Vet Details ____________________

____

Diagnosis ____________________

____

Vaccinations ____________________

____

Medications ____________________

____

____

Treatment ____________________

____

____

Comments ____________________

____

____

Vet Visit Log

Date ______________________________

Vet Name ______________________________

E-mail ______________________________

Phone ______________________________

Reason for Visit ______________________________

____

Vet Details ______________________________

____

Diagnosis ______________________________

____

Vaccinations ______________________________

____

Medications ______________________________

____

____

Treatment ______________________________

____

____

Comments ______________________________

____

____

Vet Visit Log

Date ______________________________

Vet Name ______________________________

E-mail ______________________________

Phone ______________________________

Reason for Visit ______________________________

____

Vet Details ______________________________

____

Diagnosis ______________________________

____

Vaccinations ______________________________

____

Medications ______________________________

____

____

Treatment ______________________________

____

____

Comments ______________________________

____

____

Made in United States
North Haven, CT
26 April 2022